తెనాలి రాముని అనారోగ్యం

ఒకసారి తెనాలిరాముని భార్య చాలా అనారోగ్యానికి గురైంది. ఆమె చికిత్సకు సరిపడా డబ్బు అతని వద్ద లేదు. కాబట్టి అతను రాజు కృష్ణదేవరాయను అప్పు అడిగాడు మరియు త్వరలో డబ్బు తిరిగి చెల్లిస్తానని హామీ ఇచ్చాడు.

కొద్ది రోజుల తర్వాత తెనాలిరాముని భార్య పూర్తిగా కోలుకుంది. అయినప్పటికీ, అతను ఒకదానికి ముందు వచనంలో రాజును తప్పించడం ప్రారంభించాడు. అతను రాజస్థానానికి హాజరుకావడం కూడా మానేశాడు. అతను కోర్టు నుండి నిరంతరం లేకపోవడం రాజు గమనించాడు. తెనాలి అప్పు తీర్చే ఉద్దేశంతో అతనికి సందేహం మొదలైంది. ఒక రోజు, అతను తన ఇంటికి వెళ్లాలని నిర్ణయించుకున్నాడు.

రాజు తెనాలిరాముని ఇంటికి చేరుకున్నప్పుడు, అతను మంచం మీద పడి ఉన్నాడు. అంతా కప్పబడి ఉన్నాడు. అతని భార్య పక్కనే కూర్చుని గట్టిగా ఏడుస్తోంది.

"అతనికి ఏమైంది?" చాలా ఆందోళనతో రాజు అడిగాడు.

"మహారాజా!" అతని భార్య ఇంకా బిగ్గరగా ఏడుస్తూ బదులిచ్చింది. "నా భర్త మీ దగ్గర డబ్బు తీసుకున్నప్పటి నుండి, అతను బాగా లేడు. అప్పు తీర్చాలనే ఆలోచన అతని మనస్సు మరియు శరీరాన్ని ప్రభావితం చేసింది. అతను చాలా టెన్షన్లో ఉన్నాడు; ఇప్పుడు అతను జీవించలేదు. దయచేసి మాకు సహాయం చేయండి."

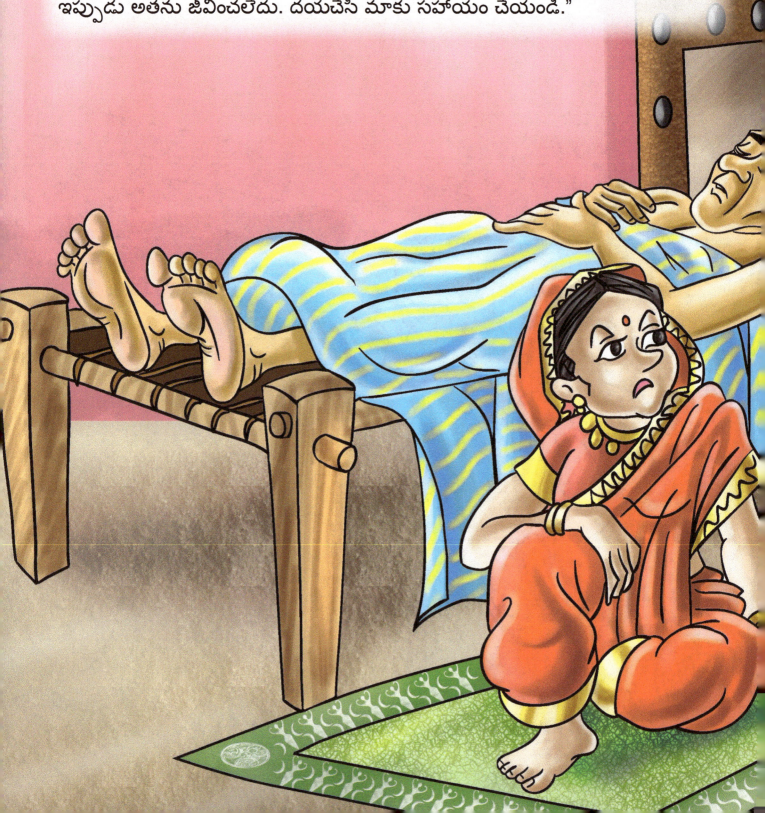

ఆమె వెక్కివెక్కి ఏడుస్తూ ఉండడం చూసి రాజు చాలా బాధపడ్డాడు. అతను ఆమెను ఓదార్చాడు మరియు "బాధపడకు, తెనాలిరామ అప్పు తిరిగి చెల్లించే విషయంలో ఇబ్బంది పడనివ్వకండి. అప్పు తిరిగి చెల్లించినట్లు నేను తీసుకుంటాను."

వెంటనే, తెనాలిరాముడు మంచం మీద నుండి దూకి, రాజును కౌగిలించుకున్నాడు. "ధన్యవాదాలు, మహారాజా! మీరు చాలా దయ మరియు ఉదారంగా ఉన్నారు. మీ రుణం తిరిగి చెల్లించాలనే టెన్షన్‌తో నేను నిజంగా చనిపోతాను అనుకున్నాను. ఈ భారం ఇప్పుడు లేనందున, నేను పూర్తిగా క్షేమంగా ఉన్నాను. తెనాలిరాముడు పూర్తిగా హృద్యంగా మరియు హృదయపూర్వకంగా ఉండటం చూసి రాజు కృష్ణదేవరాయుడు ఆశ్చర్యపోయాడు. తెనాలిరాముడు తమపై పన్నిన తెలివిగల ఉపాయానికి అతనికి నవ్వడం తప్ప మార్గం లేదు.

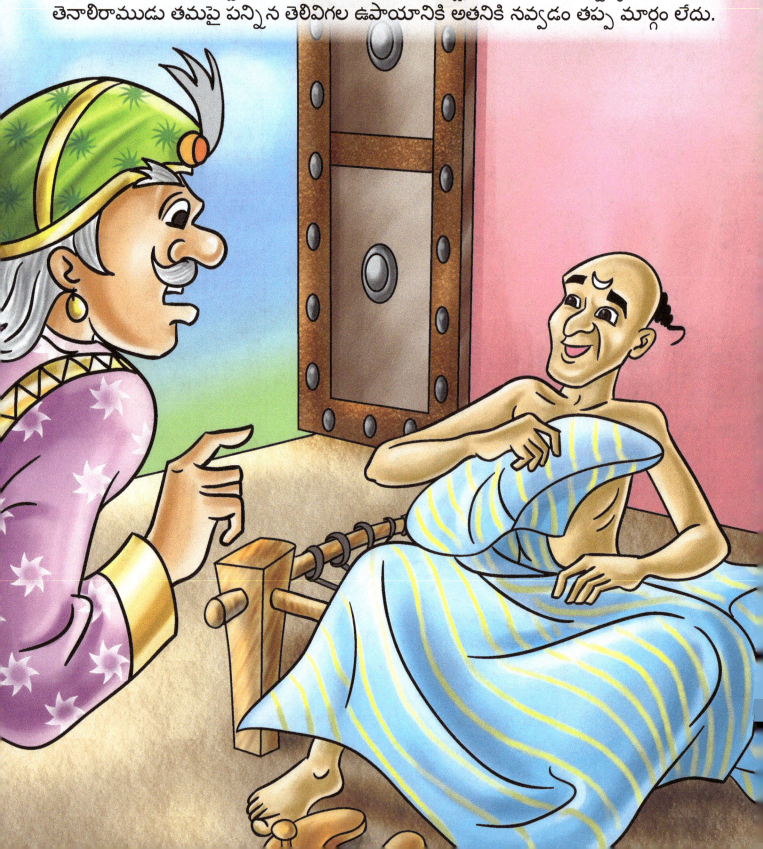

దాచిన నిధి

ఒకరోజు తెనాలిరాముడు, అతని భార్య ఇంట్లో భోజనం చేస్తున్నారు. అకస్మాత్తుగా, అతను తన తోటలో బయట ఏదో కలతపెట్టే శబ్దం విన్నాడు. అతను వెంటనే లేచి నిశ్శబ్దంగా కిటికీలోంచి పొదల వెనుక దాక్కున్న ఇద్దరు వ్యక్తులను చూశాడు. అతను తన భార్య చెవుల్లో గుసగుసలాడాడు, "బయట కొంతమంది దొంగలు ఉన్నారు."

మరుసటి క్షణం తెనాలిరాముడు చాలా పెద్దగా మాట్లాడటం మొదలుపెట్టాడు. "విను ప్రియా! ఈ మధ్యన మన పరిసరాల్లో చాలా దొంగతనాలు జరిగాయి. అందుకే మన నగలన్నీ చెక్క పెట్టెలో పెట్టి మా ఇంటి బయట బావిలో దాచాను. ఎవరికీ తెలీదు అది. కాబట్టి మనం ఇప్పుడు ప్రశాంతంగా నిద్రపోవచ్చు."

పొదల్లో దాక్కున్న ఇద్దరు వ్యక్తులు తెనాలి తన భార్యతో మాట్లాడుతున్న మాటలు
విన్నారు. కాబట్టి, వారు తోటలోని బావి వద్దకు నడిచారు.

అక్కడ పడి ఉన్న బకెట్ సహాయంతో బావిలో నుండి నీళ్లు తోడడం ప్రారంభించారు. బావిలో దాచిన నిధిని పట్టుకోవాలనే ఆశతో వారు రాత్రంతా నీటిని లాగడం కొనసాగించారు. పగటిపూట, వారు అలసిపోయారు, కానీ నగర పెట్టె జాడ లేదు. వారు విశ్రాంతి తీసుకోవడానికి కాసేపు కూర్చున్నారు. కానీ నిద్రకు ఉపక్రమించారు.

తెల్లవారుజామున తెనాలిరాముడు ఆ ఇద్దరు అపరిచితులని చూసి నవ్వుతూ నిశ్శబ్దంగా ఇంటి నుండి బయటకు వచ్చాడు. ఇద్దరు వ్యక్తులను ఉద్దేశించి, "మిత్రులారా, నా తోటలోని మొక్కలకు నీరు పోసినందుకు చాలా ధన్యవాదాలు, మొక్కలన్నీ ఎండిపోయాయి, చెప్పండి. మీ కష్టానికి నేను ఎంత చెల్లించాలి?

దొంగలను రెడ్ హ్యాండెడ్‌గా పట్టుకున్నారు. వారు తెనాలిరాముని పాదాలపై పడి, "సార్, మమ్మల్ని క్షమించండి, దయచేసి మమ్మల్ని క్షమించండి" అని కోరారు. తెనాలిరాముడు ఆ ఇద్దరు దొంగలను క్షమించి, ఇకపై ఇలాంటి పని చేయబోమని వాగ్దానం చేసి విడిపించాడు. తెనాలిరాముడు క్షమించినందుకు ఇద్దరు దొంగలు కృతజ్ఞతలు తెలిపారు. తెనాలిరాముని తెలివితేటలు మరియు ఉనికిని ఇరుగుపొరుగు ప్రజలందరూ ప్రశంసించారు.

ప్రత్యేకమైన బహుమతి

ఒకసారి, పొరుగుదేశం నుండి ఒక దూత రాజు కృష్ణదేవరాయ మూడవరోజు, దూత తన దేశానికి బయలుదేరబోతున్నప్పుడు, రాజు తన ఆస్థానానికి వచ్చాడు. అతను రాజు కోసం అనేక బహుమతులు కూడా తెచ్చాడు. ఆయనకు విజయనగరం సభికులు ఘనస్వాగతం పలికారు.

రాజుకి ఇవ్వడానికి కొన్ని బహుమతులు తెచ్చాడు.

కృష్ణదేవరాయ దూతకు కూడా బహుమతి ఇవ్వాలనుకున్నాడు. రాజు కాబట్టి రాజు అతనిని అడిగాడు, "మేము మీకు బహుమతి ఇవ్వాలను కుంటున్నాను. దయచేసి సిగ్గుపడకండి మరియు మీరు ఏమి కలిగి ఉండాలను కుంటున్నారో మాకు చెప్పండి: బంగారం, వెండి, వజ్రాలు లేదా ఆభరణాలు?" "భగవంతుడా! దూత ఇలా జవాబిచ్చాడు. "నాకు ఈ వస్తువులు ఏవీ అక్కర్లేదు, కావాలంటే నాకు ఇవ్వండి అలాంటి బహుమతి, మంచి లేదా చెడు సమయాల్లో ఎల్లప్పుడూ నాతో ఉండేది మరియు ఎవరూ నా నుంచి దానిని విడదీయలేనిది."

రాజు అయోమయంలో పడ్డాడు మరియు తన కోరిక ఎలా తీర్చాలో నిర్ణయించుకోలేకపోయాడు. అని కోర్టులోని సభికులందరినీ అడిగాడు. కానీ వారందరూ అయోమయంలో పడ్డారు మరియు వారెవరూ సరైన సమాధానం ఇవ్వలేకపోయారు.

చివరగా, రాజు తెనాలిరాముని దూత కోసం అలాంటి బహుమతిని సూచించమని అడిగాడు. తెనాలిరాముడు చాలా నమ్మకంగా, "మహారాజా! మీరు కంగారు పడనక్కరలేదు. మధ్యాహ్ననికి పెద్దమనిషి వెళ్లిపోయాక, తను కోరుకున్న బహుమతి అతని దగ్గరే ఉంటుంది" అన్నాడు.

నిర్ణీత సమయానికి, దూత బయలుదేరడానికి సిద్ధంగా ఉన్నాడు. అతను సంకోచంగా రాజుతో ఇలా అన్నాడు: "సార్. నాకు వాగ్దానం చేసిన బహుమతి నాకు లభించలేదు." రాజు తెనాలిరాముని చూసి, "తెనాలిరామా, అతని బహుమతి ఎక్కడ?" అని అడిగాడు. తెనాలిరాముడు చిరునవ్వు నవ్వి, "మహారాజా! బహుమతి దూత వద్ద మాత్రమే ఉంది. దయచేసి ఆయనను వెనక్కి తిరిగి చూడమని అడగండి" అని జవాబిచ్చాడు.

దూత వెనక్కి తిరిగి చూసాడు కానీ ఏమీ కనిపించలేదు. "ఎక్కడిది? నీకేమీ కనిపించడం లేదు" అని అడిగాడు. ఇప్పుడు తెనాలి రాముడు నవ్వుతూ, "సార్! జాగ్రత్తగా చూడండి, బహుమతి మీ వెనుక ఉంది - మీ నీడ. ఇది మీ జీవితాంతం తోనే ఉంటుంది మరియు ఎవరూ దానిని మీ నుండి తీసుకోలేరు." అది విన్న రాజుతో పాటు దూత కూడా పకపకా నవ్వారు. రాజు "అయ్యా, నేను తెనాలిరాముని తెలివి మరియు తెలివితేటలను గురించి చాలా విన్నాను. ఈ రోజు నేను స్వయంగా చూశాను. అతను నిజంగా మేధావి" తెనాలిరాముడు విశాలమైన చిరునవ్వుతో అభినందనను అంగీకరించాడు.

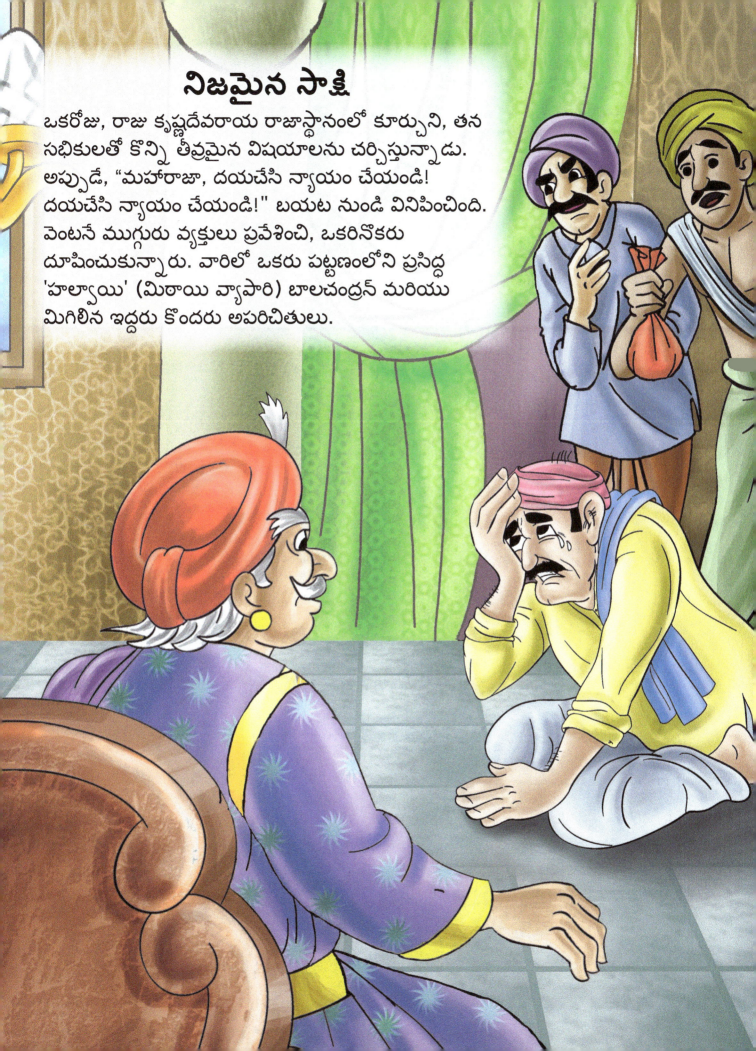

నిజమైన సాక్షి

ఒకరోజు, రాజు కృష్ణదేవరాయ రాజాస్థానంలో కూర్చుని, తన సభికులతో కొన్ని తీవ్రమైన విషయాలను చర్చిస్తున్నాడు. అప్పుడే, "మహారాజా, దయచేసి న్యాయం చేయండి! దయచేసి న్యాయం చేయండి!" బయట నుండి వినిపించింది. వెంటనే ముగ్గురు వ్యక్తులు ప్రవేశించి, ఒకరినొకరు దూషించుకున్నారు. వారిలో ఒకరు పట్టణంలోని ప్రసిద్ధ 'హల్వాయి' (మిఠాయి వ్యాపారి) బాలచంద్రన్ మరియు మిగిలిన ఇద్దరు కొందరు అపరిచితులు.

బాలచంద్రన్ రాజు పాదాలపై పడి, "మహారాజా! దయచేసి ఈ ఇద్దరు మోసగాళ్ల నుండి నన్ను రక్షించండి. వారు నా డబ్బు సంచిని దోచుకోవా లనుకుంటున్నారు. వారు కూడా నన్ను నిర్ధాక్షిణ్యంగా కొట్టారు.". రాజు ఇద్దరు వ్యక్తులును ప్రశ్నించగా, వారు తమను తాము సమర్ధించుకున్నారు, "మహారాజు! ఈ డబ్బు సంచిని మా నుండి లాక్కున్నాడు." మరియు బాలచంద్రన్ని ముకుళిత హస్తాలతో అడిగినప్పుడు, అతను రాజుతో ఇలా చెప్పాడు. "నా ప్రభూ! దుకాణం మూసే ముందు, నేను డబ్బు మొత్తం లెక్కించి ఈ సంచిలో ఉంచాను. నేను దుకాణం నుండి బయలుదేర బోతున్నప్పుడు, ఈ ఇద్దరు వ్యక్తులు వచ్చి నా దగ్గర నుండి లాక్కున్నాడు."

“లేదు సార్, ఈ వ్యక్తి అబద్ధం చెబుతున్నాడు. ఈ బ్యాగ్ మాది. మీరు డబ్బు లెక్కపెట్టండి; అని సరిగ్గా ఐదు వందలు రూపాయలు” అన్నారు. అపరిచితులిద్దరూ. రాజు చాలా అయోమయంలో పడ్డాడు మరియు డబ్బు సంచి యొక్క నిజమైన యజమానిని నిర్ణయించడం కష్టంగా భావించాడు. తీవ్రంగా ఆలోచించిన తర్వాత, అతను తెనాలిరామునిని పిలిచి, “త్వరగా నిజం కనుగొనండి. అసలు నిందితుడిని పట్టుకోవాలి" అని అన్నారు.

తెనాలిరాముడు ముగ్గురినీ ఒక మూలకు తీసుకెళ్లి మళ్లీ వాళ్లతో మాట్లాడాడు. బాలచంద్రన్ పట్టణానికి ప్రసిద్ధి చెందిన 'హల్వాయి' అని మరియు అతను అంత నిజాయితీ లేనివాడు కాలేడని అతను అంతా ఆలోచిస్తూ ఉ న్నాడు. అయినప్పటికీ, ఎటువంటి రుజువు లేకుండా అతని నిర్దోషిత్వాన్ని ఎలా నిర్ధారించాలనేది సమస్య.

అకస్మాత్తుగా అతని మదిలో ఒక ఆలోచన మెదిలింది. వెంటనే పరిచారకులను పిలిచి, “ఒక పెద్ద పాత్రలో మరిగే నీటిని తీసుకురండి” అని అడిగాడు.

తెనాలిరాముడు డబ్బు సంచి తెరిచి, సంచిలోని నాణేలన్నీ వేడినీళ్లలో వేసాడు. కొద్ది సేపటికి నీళ్లపై జిడ్డు తేలుతూ కనిపించింది. తెనాలిరాముడు "మహారాజా! నిజమైన సాక్షి దొరికాడు! నిజమైన సాక్షి దొరికాడు! "తెనాలిరామ రాజును ఉద్దేశించి, "ఈ డబ్బు సంచి బాలచంద్రునిది. ఈ ఇద్దరు అపరిచితులది కాదు," "మహారాజా! మిఠాయిలు అమ్ముతున్నప్పుడు, బాలచంద్రన్ చేతులు తరచుగా జిడ్డుగా మారతాయి; మరియు కొన్ని జిడ్డు మరకలు నాణేలపైకి కూడా వెళతాయి."

"నా ప్రభూ! చూడు, నీటిపై తేలియాడే జిడ్డు నిజమైన సాక్ష్యం" ఇద్దరు అపరిచితుల ముఖాలు అపరాధభావంతో పాలిపోయాయి. వారు తప్పించుకోవడానికి ప్రయత్నించారు. కానీ రాజు సైనికులు వారిని పట్టుకుని కటకటాల వెనుక ఉంచారు. బాలచంద్రన్ తెనాలిరాముడికి కృతజ్ఞతలు తెలిపి ఆనందంగా ఇంటికి వెళ్లిపోయారు. అతను తన డబ్బు బ్యాగ్ ని వెనక్కి తీసుకున్నాడు.

రాజు తెనాలిరాముని తెలివిని మెచ్చుకుని అతనికి మంచి బహుమతిని ఇచ్చాడు.

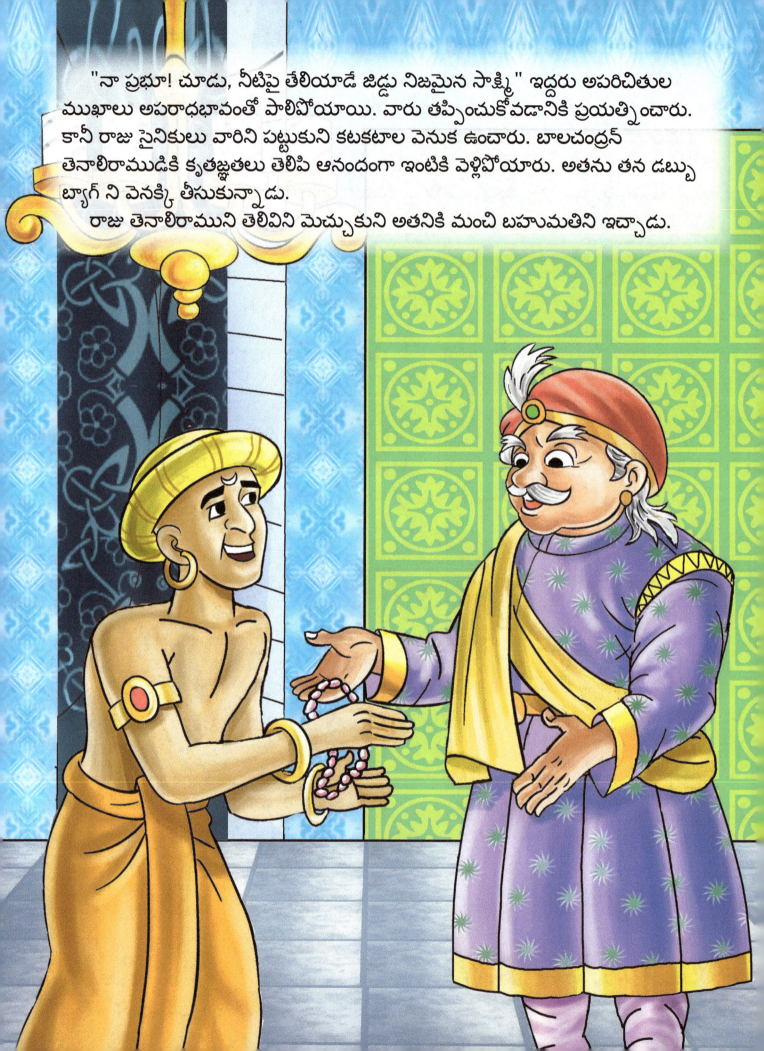

పోర్ట్రెయిట్ యొక్క మరోకవైపు

ఒకరోజు, రాజు కృష్ణదేవరాయ రాజ్యంలోని కళాకారులలో ఒకరైన అతని చిత్రపటాన్ని ఆస్థానంలో ప్రదర్శించారు. కోర్టులో ఉన్న వారందరూ పెయింటింగ్ని మరియు కళాకారుడిని మెచ్చుకున్నారు, "ఎంత గొప్ప కళాఖండం! పెయిటింగ్ చాలా నిజం." ఇన్నాళ్లూ. తెనాలిరాముడు ఏమీ మాట్లాడకుండా మౌనంగా కూర్చున్నాడు.

రాజు ఆసక్తిగా ఉండి, తెనాలిరాముని అడిగాడు, "మీకు చెప్పడానికి ఏమీ లేదా? పెయింటింగ్ ఎలా దొరుకుతుంది?"

"మహారాజా! దయచేసి నన్ను క్షమించండి. ఈ పెయింటింగ్లో నాకు గొప్పగా ఏమీ కనిపించలేదు. ఇది అసంపూర్ణంగా ఉంది. ఇది మీ ముఖం యొక్క ఒకవైపు మాత్రమే చూపిస్తుంది. కళాకారుడికి ఎటువంటి క్రెడిట్ దక్కదు" అని తెనాలిరాముడు వ్యాఖ్యానించాడు.

ఈ వ్యాఖ్యలు ! రాజుకు కోపం తెప్పించాయి. మరియు అతను "తెనాలి, పెయింటింగ్ను ఎలా అంచనా వేయాలో మీకు తెలియదు, పెయింటింగ్ యొక్క యోగ్యతను అంచనా వేయడానికి ఒకరు చాలా ఊహించాలి." అతను అతనిని అడిగాడు, "నాకు చెప్పండి, మీరు ఇలాంటివి గీయగలరా? మీరు బ్రష్ పట్టుకోగలరా, ఏదైనా వస్తువును పెయింట్ చేయగలరా అని నాకు సందేహం ఉంది," తెనాలిరామ రాజు చేసిన వ్యంగ్య వ్యాఖ్యలపై స్పందించలేదు. దాన్ని సవాల్గా తీసుకుని పెయింటింగ్ గీస్తానని హామీ ఇచ్చాడు.

చాలా రోజులుగా తెనాలిరాముడు కోర్టులో కనిపించలేదు. కొన్ని రోజుల తర్వాత, పెయింటింగ్ పట్టుకుని ఇద్దరు అంగరక్షకులతో కోర్టులోకి ప్రవేశించడం కనిపించింది. పెయింటింగ్‌లో గుర్రం వెనుక భాగాన్ని మాత్రమే చూసి కోర్టులో ఉన్న ప్రతి ఒక్కరూ గందరగోళానికి గురయ్యారు.

కొంతమంది సభికులు అతని పెయింటింగ్ను ఎగతాళి చేసారు.

పెయింటింగ్ను చూసిన రాజు, "ఈ తెనాలిరామం ఏమిటి? నాకు ఈ పెయింటింగ్ గుర్రం తోక మాత్రమే కనిపిస్తుంది" అని వ్యాఖ్యానించారు. "మహారాజా! దాని శరీరం కాన్వాస్ వెలుపల ఉంది. మీరు చెప్పలేదా మీరు చాలా ఊహించాలి, తీర్పు చెప్పాలి మంచి పెయింటింగ్ సాధించిన ఘనత?" అన్నాడు తెనాలిరాముడు కొంటెగా నవ్వుతూ.

తెనాలిరాముడు ఏమి చెప్పాలనుకుంటున్నాడో రాజు కృష్ణదేవరాయ అర్థం చేసుకున్నారు. వాడు మనసారా నవ్వి, “తెనాలి, నిన్ను ఎవరూ అధిగమించలేరు” అని ఒప్పుకున్నాడు. తెనాలిరాముడు నవ్వాడు మరియు ఇతర సభికులు ఒకరినొకరు సిగ్గుగా చూసుకున్నారు.

అసాధ్యమైన పోరాటం

రాజు కృష్ణదేవరాయకి పెంపుడు జంతువులను పెంచడం అంటే చాలా ఇష్టం. అతనిని సంతోషపెట్టడానికి మరియు అతని అనుగ్రహాన్ని పొందేందుకు, చాలా మంది వ్యక్తులు అతనిని ప్రత్యేకమైన పక్షులు మరియు జంతువులతో ప్రదర్శించారు. ప్రతిఫలంగా వారికి తగిన బహుమతులు అందించారు.

ఒకరోజు, ఒక వేటగాడు, తన భుజాలపై విల్లు మరియు బాణం పట్టుకుని, రాజభవనంలోకి ప్రవేశించాడు. అతను రంగురంగుల ఈకలతో చేసిన కిరీటం లాంటి తలపాగాను ధరించాడు. గౌరవంగా తల వంచి, రాజుతో ఇలా అన్నాడు. "మహారాజా! నీలగిరిలోని లోతైన దట్టమైన అడవుల నుండి నేను మీ కోసం కొన్ని పిట్టలను తెచ్చాను." అంటూ తన సంచిలోంచి చిన్నిచిన్ని పిట్టలు తీసి, "అయ్యా, ఆ పిట్టలు బాగా శిక్షణ పొందితే, అవి గొప్ప యోధులు కాగలవు" అన్నాడు.

చిన్న పక్షులను చూసి రాజు చాలా సంతోషించాడు. వెంటనే వాటన్నింటిని కొని, తన సభికులను పిలిచి, "మీలో ఒక్కొక్కరు ఒక్కో పిట్టను ఇంటికి తీసుకెళ్లి, బాగా పోరాడటానికి శిక్షణ ఇస్తారు. చూద్దాం, చివరకు ఎవరి పిట్ట గెలుస్తుందో."

రాజు ఆజ్ఞ విని ప్రధాన సభికుడు ఆశ్చర్యపోయాడు. అతను "మహారాజా! ఒక పిట్ట తనంతట తానుగా పోరాడటానికి ఎలా ద్రోహం చేస్తుంది? ఇది అసాధ్యం." ఇతర సభికులు కూడా ఇదే అభిప్రాయాన్ని వ్యక్తం చేశారు.

రాజు నవ్వి, "ఇది నేను చూడాలనుకుంటున్నాను. తన పక్షిని ఎవరూ ఎవరికీ ఇవ్వరు."

సభికులు తమ పక్షులను ఇంటికి తీసుకెళ్లడం తప్ప మార్గం లేదు. కొన్ని రోజులు గడిచాయి. అకస్మాత్తుగా, ఒకరోజు రాజుకు పిట్టలు గుర్తుకు వచ్చాయి, అని అడిగాడు. సభికులు, “కాబట్టి, మీరు మీ సంబంధిత పక్షులకు పోరాడటానికి శిక్షణ ఇచ్చారా?" సభికులందరూ మౌనంగా ఉన్నారు. ప్రధాన సభికుడు ధైర్యం చేసి, "మహారాజా! మేము చాలా ప్రయత్నించాము, కానీ ఒంటరిగా ఉన్న పక్షిల్లకు పోరాట కళలో ప్రావీణ్యం సంపాదించడం సాధ్యం కాదు.”

ముహంలో చిరునవ్వుతో నిశ్శబ్దంగా కూర్చున్న తెనాలిరామను రాజు ఇప్పుడు అడిగాడు, "మహారాజా! నా పిచ్చికుక్క పోరులో ఎన్నో ఉపాయాలు నేర్చుకుంది."

"అది కుదరదు. అబద్ధాలు చెబుతున్నాడు" అని తెనాలిరామునిపై ఎప్పుడూ అసూయపడే ఇతర సభికులు రియాక్ట్ అయ్యారు. నిజం తెలుసుకోవడం కోసం, రాజు ఆ మరుసటి రోజు వారి పక్షులతో పాటు సభికులందరినీ రాయల్ గార్డెని కి పిలిచాడు.

వారంతా తమ పక్షులతో తోటకి చేరుకున్నారు. పోరు మొదలైంది. అందరినీ ఆశ్చర్యపరుస్తూ, తెనాలిరాముని పర్ట్రిడ్జ్ తన అన్ని నైపుణ్యాలను ఉపయోగించి, గొప్ప శక్తితో ఇతర పిట్టలపై దాడి చేసింది. వారు ముఖం మీద పడ్డారు.

ఇది చూసిన సభికులు ఆశ్చర్యపడి, తెనాలిరాముడు తన పిట్టను ఇంత చక్కగా ఎలా తీర్చిదిద్దగలిగాడు. రాజు కూడా ఆశ్చర్యపోయాడు. అతను "బాగా చేసారు! తెనాలి. అయితే మీరు అలా ఎలా చేసారు?"

"మహారాజా! ప్రతిరోజు, నేను నా పిట్టను అద్దం ముందు విడిచిపెట్టాను, అతను దాని స్వంత చిత్రాన్ని మరొకదానిని తప్పుగా భావించాడు. ముందు పిట్ట మరియు దాడి. ఈ విధంగా, అతను క్రమంగా పోరాటానికి సంబంధించిన అన్ని ఉపాయాలు నేర్చుకున్నాడు."

తెనాలిరాముని సమాధానంతో రాజు చాలా సంతోషించాడు. "మీరు ఎల్లప్పుడూ ఇతర సభికులను అధిగమిస్తారు. మీరు నిజంగా గొప్పవారు!" అని రాజు వ్యాఖ్యానించాడు. అతను అతనికి ఒక సంచి బంగారు నాణేలను బహుమతిగా ఇచ్చాడు. అసూయతో ఉన్న సభికులు ఒకరినొకరు సిగ్గుగా చూసుకున్నారు.

మా రాజు ఇలాగే ఉన్నాడు!

రాజు కృష్ణదేవరాయ ఆస్థానంలో 'చాలా మంది సభికులు తెనాలిరామ పట్ల చాలా అసూయపడ్డారు. అతను రాజుకు ఇష్టమైన వాడు మరియు అతని తెలివితేటలు మరియు తెలివికి అతని నుండి తరచుగా బహుమతులు పొందాడు. ఒకసారి తెనాలిరాముడు సెలవులో ఉన్నాడు. రాజు కృష్ణదేవరాయ తన కమాండర్ మరియు ఇతర కొరియర్లతో కలిసి నడక కోసం బయలుదేరారు. రాజభవనం నుండి బయటకి అడుగుపెట్టే ముందు, అందరూ తమ బట్టలు మార్చుకుని సాధారణ పురుషుల వేషధారణలో ఉన్నారు. రాజ్యం వెంట నడుస్తూ, రాజు మరియు అతని మనుషులు ఒక గ్రామం లోపలికి చేరుకున్నారు. ఒక రహదారి చివరలో, వారు రైతుల సమూహం కలిసి కూర్చుని కబుర్లు చెప్పుకుంటున్నారు.

వారు రైతుల వద్దకు వెళ్లి, "వినండి, మేము పొరుగు రాజ్యం నుండి వచ్చిన ప్రయాణీకులం, విజయనగర రాజ్యంలోని ప్రజలు సంతోషంగా జీవిస్తున్నారా లేదా అని మేము తెలుసుకోవాలనుకుంటున్నాము. రాజు తన ప్రజల సంక్షేమం చూసుకుంటాడా?" రైతులందరూ రాజు కృష్ణదేవ రాయను చాలా ప్రశంసించారు. వాళ్ల మధ్య ఒక వృద్ధుడు ఉన్నాడు. అతను తన స్థానంలో నుండి లేచి, చేతిలో చెరుకుతో తిరిగి వచ్చాడు.

అందర్నీ ఆశ్చర్యపరుస్తూ, తన చేతులతో చెరుకును త్వరగా రెండు ముక్కలుగా చేసి, "తమ్ముడూ, మా రాజు ఇలాగే ఉన్నాడు! రాజు తన మంత్రి వైపు అయోమయంగా చూశాడు. మంత్రి "మహారాజు గారూ! ఆ ముసలావిడ మీకు అగౌరవం చూపిస్తున్నాడు. తమ రాజు చాలా బలహీనుడని చెప్పదలుచుకున్నాడు. అతడిని ఎవరైనా సులభంగా ఓడించగలరు" అన్నాడు.

రాజు చాలా అవమానంగా భావించాడు. అతను ఇతర సభికులను అడగగా వారు కూడా అదే మాట చెప్పారు. అతని గురించి ఇలాంటి వ్యాఖ్యలు విని, రాజు చల్లగా పోయాడు. అతను మరింత ప్రతిస్పందించేలోపు, అతని వెనుక తలపాగాలో నిలబడి ఉన్న ఒక వ్యక్తి ముందుకు వచ్చి, "మహారాజా! కోపం తెచ్చుకోవద్దు. నేను నిన్ను గుర్తించాను. మీరు మా ప్రియమైన రాజు కృష్ణదేవరాయ, మీకు ఎటువంటి సందేహం లేకుండా ప్రజలందరూ రాజ్యం అంటే ప్రేమ మరియు గౌరవం చూపిస్తారు.

మీరు అర్థం చేసుకోవాలి. ఇప్పుడే చెరుకును రెండు ముక్కలు చేసిన ముసలివాడు, మన రాజు బయటి నుండి చాలా కఠినంగా ఉంటాడని, లోపల నుండి చెరుకులా తియ్యగా ఉంటాడని చెప్పాలనుకుంటున్నాడు.

అది విన్న రాజు ముఖంలో చిరునవ్వు తిరిగింది. అతను అరిచితుడిని, "నువ్వు విజయనగర రాజ్యానికి చెందినవాడివి కానట్లు అనిపిస్తోంది. నీ గురించి నేను మరింత తెలుసుకోవచ్చా?".

"మహారాజా! మీరు నన్ను గుర్తించడంలో విఫలమయ్యారు." అని చెప్పి, అతను తన తలపాగా మరియు తప్పుడు గడ్డం తీశాడుజ అక్కడ నిలబడిన తెనాలిరాముని చూసి రాజు ఆశ్చర్యపోయాడు. రాజు కృష్ణదేవరాయ పగలబడి నవ్వాడు మరియు అతనిని కౌగిలించుకున్నాడు. "తెనాలిరామా, ఆశ్చర్యం లేదు, నువ్వు నాకెందుకు ఇష్టమైనవాడివి. నీ సమయానుకూలమైన సలహాను తెలివితేటలను నేను నిజంగా అభినందిస్తున్నాను" అన్నాడు రాజు.

ప్రతి ఒక్కరితో షేర్ చేయండి

కృష్ణదేవరాయకు సాధువులు మరియు ఋషుల పట్ల ఎంతో గౌరవం ఉండేది. వారు తరచుగా కింగ్స్ కోర్టును సందర్శించారు మరియు రాజు మరియు అతని సభికులు ఎల్లప్పుడూ సాదర స్వాగతం పలికారు. ఒకసారి రాజు ఆస్థానానికి ఒక సాధువు వచ్చాడు. అతను దివ్య ముఖంతో పొడవైన తెల్లటి గడ్డంతో ఉన్నాడు. అతను దేవుడు హరిద్దార్ యొక్క పవిత్ర నగరానికి వెళ్లి అక్కడి నుండి రాజు కోసం 'ప్రసాదం' తెచ్చాడు. తన సంచిలోంచి రెండు పెద్ద పంచదార మిఠాయిలు తీసి, రాజుకు అందించి, "మహారాజా! దానిని మీ మంత్రులకు మరియు సభికులకు పంచండి" అని చెప్పాడు.

రాజు 'ప్రసాదం' స్వీకరించి, రాజ పూజారితో, "పురోహితున్ని, అందరికీ పంచండి" అన్నాడు. పురోహితుడు తడబడుతూ, "మహారాజుగారూ! తెనాలిరాముడు ఈ రెండు పంచదార మిఠాయిలను ఆస్థాన సభికులందరికీ పంచడం మాత్రమే చేయగలడని అనుకుంటున్నాను" అన్నాడు.

రాజు ఈ పనిని తెనాలిరాముడికి అప్పగించాడు. తెనాలిరామ రాజు దగ్గర నుంచి 'ప్రసాదం' తీసుకుని పరిచారకుల్లో ఒకరిని పిలిచాడు. తెనాలి రాముడు చెవుల్లో ఏదో గుసగుసలాడాడు. అతను లోపలికి పరిగెత్తి, పంచదార మరియు తియ్యటి రాజ్ వాటర్ తో పాటు చల్లటి నీటితో ఒక మట్టి కుండను తీసుకువచ్చాడు.

మట్టికుండ నుండి పంచదా, రోజ్ వాటర్ మరియు చల్లటి నీటిని కలిపి ఒక చల్లని పానీయం తయారు చేసాడు. అప్పుడు తెనాలిరాముడు తన అరచేతులతో పంచదార మిఠాయిలను పొడి చేసి, గులాబీ పానీయంతో వాటిని కదిలించాడు. ఆస్థానంలో ఉన్న వారందరికీ, రాజు, మంత్రులకు మరియు సభికులందరికీ చక్కగా కడిగిన మట్టి గాజులలో రుచికరమైన పానీయం అందించబడింది. సాధువుకు కూడా రుచిగల పానీయం అందించబడింది.

అందరూ రుచికరమైన పానీయాన్ని ఆస్వాదించారు. తెనాలిరామ ముఖంలో తృప్తి కనిపించింది. అతను, "మహారాజా! ప్రతి ఒక్కరూ రుచిగల పానీయంతో పాటు 'ప్రసాదం' కూడా తీసుకున్నారు.

తెనాలిరామ పట్ల రాజు ఎంతో సంతోషించాడు. సాధువు తెనాలిరాముని తెలివితేటలను మెచ్చుకుని, "నీ తెలివితేటల గురించి చాలా విన్నాను మరియు నిన్ను కలవాలని చాలా కాలంగా అనుకుంటున్నాను. ఈరోజు నిన్ను కలవడం చాలా సంతోషంగా ఉంది. దేవుడు నిన్ను ఆశీర్వదిస్తాడు!" అని ఆశీర్వదించాడు. తెనాలిరాముడు చిరునవ్వుతో పొగడ్తని అంగీకరించాడు.

Printed in the USA
CPSIA information can be obtained
at www.ICGtesting.com
LVHW061142170824
788552LV00006B/18

9 789357 183840